கைவார தாத்தையா ஞானியின் எதிர்கால கணிப்பும் கவிதைகளும்

(பேரா. நஞ்சுண்ட சாஸ்திரியின் ஆங்கில படைப்பிலிருந்து மொழியாக்கம் செய்யப்பட்டுள்ளது)

துரைஅரசன் கள்நன்

பொருளடக்கம்

முன்னுரை

"மனிதர்கள் இயல்பில் தெய்வீகமானவர்கள் அவர்களினுள் உள்ள தெய்வீகத்தை வெளிப்படுத்துவதே மனித வாழ்வின் சாரம்" என்பது துறவிகளின் கருத்து இல்லற வாழ்விலிருந்து ஒதுங்கியிருப்பது மட்டுமே துறவறம் என்றாகாது பொதுமக்களுக்கு நீதிகளை எடுத்துரைத்து அவர்களின் வாழ்வுக்குச் சரியான பாதையை வழிவகுத்துக் கொடுத்தலும் துறவியரின் தலையாய கடமையே முற்போக்குச் சிந்தனை கொண்ட துறவியைக் காண்பது அரிதிலும் அரிது ஆனால், அப்படியொருவர் வாழ்ந்துள்ளார் என்றால் நம்பமுடிகிறதா? சிலை வழிபாடு, பணமோகம், சாதி, குருவின் கடமைகள், மூச்சுப்பயிற்சிகள், தீண்டாமை எதிர்ப்பு, நிலையில்லா உடல், நிலையான ஆன்மா, பிறப்பு, இறப்பு மறுபிறவி மற்றும் கள்ளுண்ணாமை என அவரால் பேசப்படாத சிந்தனைகளே இல்லை எனலாம்

கர்நாடக மாநிலம் சிக்கபள்ளாபூர் மாவட்டத்திலுள்ள கைவாரா என்னும் சிறிய நகரில் கி பி 1726 ஆம் ஆண்டு தோன்றினார் இவரின் தந்தை கொண்டப்பா வளையல் வியாபாரி ஆவார் தாய் முத்தம்மா, அதீத மத நம்பிக்கை உடையவர் ஆகையால், இவரும் பக்திமானாக திகழ்ந்தார் ஆன்மிக அறிவிற்காக ஏங்கியவர்

கடவுளிடத்தில் ஆழமான நம்பிக்கை கொண்டவராக விளங்கினார் இயற்கையின் எதார்த்த உச்ச தன்மையை அறிய ஆசைக் கொண்டவர் இவருடைய இளமை பருவம் குறித்த முழுமையான தகவல்கள் கிடைக்கபெறவில்லை தன் அருகாமையிலிருந்த தொடக்க பள்ளியில் கன்னடம் தெலுங்கு மற்றும் சமஸ்கிருதம் ஆகியவை ஓரளவு கற்றுத் தேர்ந்துள்ளார் பின்னாளில் தெலுங்கு மற்றும் கன்னடம் ஆகிய இருமொழிகளிலும் கவிதைகள் இயற்றும் வல்லமை கொண்டிருந்தார் இவர், அரிதாகவே தன்னுடைய கவிதைகளில் தன் பெயரைக் குறிப்பிடுவார் எளிய சாதாரண மக்களும் புரிந்துகொள்ளும்வகையிலே இவரது மொழி நடையானது காணப்படும் யோகா செய்வதில் மிகுந்த ஈடுபாடு கொண்டிருந்தார்

இளம்வயதிலேயே முனியம்மா என்பவரை மணம் முடித்தார் அடுத்த ஈராண்டில் பெற்றோர் இருவரையும் இழந்தவர் குடும்பச்சூழல் காரணமாக தன் தந்தை நடத்திவந்த வளையல் வியாபாரத்தைக் கையில் எடுத்தார் வியாபாரம் செய்ய சென்ற இடங்களிலிருந்து நிறைய அனுபவங்களைப் பெற்றார் வளையல் பெற்றவர்கள், அவர்களாகவே பணம் கொடுத்தால் மட்டுமே வாங்கிக் கொண்டார் இவராக கேட்டு பெற விருப்பமற்று இதனால், வளையல்கள் மட்டுமே தீர்ந்து போயின அவருக்குப் பலன் ஏதுமில்லை வெறுங்கையுடன் வீடு திரும்பியவர் மனைவியிடம் திட்டுக்களைப் பெற்றதே மிச்சம் இவ்வாறாக பணம் மீது பற்றற்றவராக இருந்தார் கடமையை மட்டுமே

செய்து பலனை எதிர்ப்பார்க்காமல் வாழ்ந்தார் ஆனால், இது இல்லற வாழ்விற்கு இடையூறாக இருப்பதால், துறவற வாழ்க்கை மேற்கொள்ள தொடங்கினார் வாயிலிருந்த கூழாங்கல்லைக் கற்கண்டாய் மாற்றி, மக்களை ஆச்சரியத்தில் ஆழ்த்தினார் மக்கள் நலனுக்காக, மழையையும் பொழிய செய்துள்ளார் இவ்வாறு தான் வாழும் காலத்தில், பலவிதமான அதிசயங்களையும் நிகழ்த்திக் காட்டியுள்ளார் ஒளிவீசும் முகம், நகை சிந்தும் உதடு, கருணை பொழியும் வார்த்தைகள் என அனைவரையும் கவர்ந்தார் அனைவராலும் கைவாரா நாராயண தாத்தையா என்று அன்புடன் அழைக்கப்பட்டார் ஸ்ரீ யோகி நாராயணப்பா, தானாக விரும்பி முக்தி அடைந்தார் 110 வருடங்கள் அவர் மண்ணுலகில் வாழ்ந்துள்ளார் 1836ம் ஆண்டு அவர் உடலை விட்டு, அவர் உயிர் பிரிந்தது அவர் சொன்னதுபோல, "உடலுக்கு அழிவுண்டு ஆன்மாவிற்கு அழிவில்லை" இன்றும் மக்களுக்குத் தன் ஆசியை அவரது ஆன்மா வழங்கிக் கொண்டுதான் இருக்கிறது

சாந்தலிங்கர் தூண்டாமல் வாழ்க

திருக்கயிலாயப் பரம்பரை மெய்கண்ட, சந்தான பேரறாதீனம்
திருப்பத்தோதாம் தருமசரிதிதானங்கள், உயிலைப்புனிதர் முனைவர்
திருப்பெருந்திரு சாந்தலிங்க மருதாசல அடிகளார்
பேரூராதீனம், பேரூர், கோயம்புத்தூர் – 641 010

Holy Kailash Heritage Meikandar Heirarchy,
Perur Mana Samasthan, Maha Mandaleshwar His Holiness
Dr. Santhalinga Marudhasala Adihal
Perur Adheenam, Perur, Coimbatore - 641 010.
E : omadihal@gmail.com | perurmutt@yahoo.com

தமிழ்நாடு அரசு இந்து சமய அறநிலையத்துறை உயர்நிலைக்குழு உறுப்பினர்
Member - Tamilnadu Government Hindu Religious & Endowment Board Higher level Committee

நாள் : 04/07/2024

அருள் வாழ்த்துரை

"பிறநாட்டு நல்லறிஞர் சாத்திரங்கள் தமிழ்மொழியில் பெயர்த்தல் வேண்டும்" என்பது தேசியக்கவி பாரதியார் வாக்கு. இவ்வாக்கிற்கேற்ப பிறமொழிகளில் அமைந்துள்ள அரிய கருத்துகளை தமிழர்கள் அறியும் வண்ணம் வெளிவந்துள்ளது "கைவார தாத்தையா ஞானியின் எதிர்காலக் கணிப்பும் கவிதைகளும்" எனும் இந்நூல். கருநாடக மாநிலம் கோலார் மாவட்டத்தில் சிந்தாமணி தாலுக்காவில் அவதரித்த ஞானி கைவார தாத்தையாவின் பாடல் கருத்துகளைத் தமிழர்கள் அனைவருக்கும் கொண்டு சேர்க்கும் நோக்கில் இந்நூல் அமைந்திருப்பது மகிழ்வுக்குரியது.

நாத பிரம்மானந்த நாராயண கவி சாதகம், கைவார தாத்தையாவின் காலக் கணிப்புகள், காலச்னான சூட்சம பீமலிங்க சாதகம் எனும் மூன்று பிரிவுகளில் அமைந்துள்ள இந்நூல் பல்வேறு சிறந்த கருத்துகளைக் கொண்டுள்ளது. அவற்றில் குறிப்பாக எதிர்காலக் கணிப்புகளில் இக்காலத்தில் நடைபெற்று வரும் பல்வேறு நிகழ்வுகளைக் கூறியிருப்பது குறிப்பிடத்தக்கது. நாராயண கவி சாதகம் எனும் பகுதியில் இறைப்பற்று, தீண்டாமை ஒழிப்பு, சாதி, மத பேதமின்மை, குரு சீட உறவு, துறவின் சிறப்பு எனப் பல்வேறு கருத்துகள் கூறப்பட்டுருப்பது குறிப்பிடத்தக்கது.

இத்தகைய சிறந்த கருத்துகள் இடம்பெற்றுள்ள நூலைத் தமிழுக்குத் தந்த பெருமை ஆசிரியர் துரையரசன் கள்நன் அவர்களைச் சாரும். தமிழகத்தின் மயிலாடுதுறையில் பிறந்து தற்போது கருநாடகத்தில் வாழ்ந்து வரும் இவர் மொழிபெயர்ப்பு உலகிற்கும் தமிழ் இலக்கிய உலகிற்கும் இந்நூல் வழி சிறப்பான ஒரு பணியை முன்னெடுத்துள்ளார். தொடர்ந்து பல்வேறு நூல்களைத் தமிழிலும் தமிழிலிருந்து பிற மொழிகளுக்கும் எடுத்துச் செல்லவேண்டும்.

அவ்வகையில் இந்நூல் சிறக்கவும் நூலாசிரியர் துரையாசன் கள்நன் அவர்களும் இந்நூல் உருவாக உழைத்த அனைவரும் வாழ்வில் எல்லா நலங்களும் வளங்களும் பெற்றுப் பெருவாழ்வு வாழவும் எல்லாம்வல்ல அருள்மிகு அம்பலவாணப்பெருமான் இன்னருளையும் அருள்திரு சாந்தலிங்கப்பெருமான் தன்னருளையும் கயிலைக்குருமணி தமிழ்நெறிவழிபாட்டுத் தந்தை இருபத்துநான்காம் குருமகாசந்நிதானங்களின் தெய்வத்திருப்பெருந்திரு சாந்தலிங்க இராமசாமி அடிகளார் அவர்களின் குருவருளையும் நினைந்து வாழ்த்தி மகிழ்கின்றோம்.

வேண்டுந்தங்களன்பு,

அன்புள்ள,

என்னுரை

"பிறநாட்டு நல்லறிஞர் சாத்திரங்கள் தமிழ்மொழியிற் பெயர்த்தல் வேண்டும்"என்ற சுப்ரமணிய பாரதியின் வாக்கிற்கு இணங்க கர்நாடக மாநிலம் கோலார் மாவட்டத்தில் சிந்தாமணி தாலுக்காவில் உதித்த 'கைவார தாத்தையாவின் பாடல்களை தமிழ் மக்கள் பயன் பெற வேண்டும் என்று தமிழ் மொழியில் மொழிபெயர்த்துள்ளேன் நான் மயிலாடுதுறையில் பிறந்து தமிழ்நாட்டில் வளர்ந்தவன் கடந்த முப்பது ஆண்டுகளாக கர்நாடகாவில் தற்போது வாழ்ந்து வருகிறேன் ஆன்மீக கருத்துகளாலும் இந்த வாழ்க்கையின் நிலையாமையை கூறும் ஞானிகளுடைய வாழ்க்கை வரலாற்றிலும் உந்தப்பட்டு அவர்களுடைய கருத்துகளை பிற மொழிகளிலிருந்து தமிழ் மொழிக்கு மொழியாக்கம் செய்துள்ளேன்

இப்புத்தகத்தின் கருத்துகளை தமிழ் மக்கள் யாவரும் படித்து பயன் பெற வேண்டும்

இப்படிக்கு

துரைஅரசன் கள்நன்
9449241046
ndk200868@gmail.com

நாத பிரம்மானந்த நாராயண கவி சாதகம்

1. உயர் சாதி ஆதிக்கம் நாட்பட, நாட்பட குறையும்; சாதியும் அழியும்.

2. உயர்ந்த சாதிக்கு உயர் பதவி என்பது இனிமேல் இல்லை; அவர்கள் கணக்கு பிள்ளையாய் காலம் கழிக்கும் காலம் வரும்.

3. குணமில்லாத கிராம கணக்குப் பிள்ளையால் விவசாயி கெட்டான்; குணமில்லாத மனைவியால் மனை கெட்டது; குணமில்லாத உறுப்பினரால் நல்ல குடும்பம் கெட்டது.

4. நாதன் மூச்சு வடிவில் உள்ளே இருக்கையில் நட்ட கல்லுக்கு நான்கு புஷ்பம் சாற்றி வணங்க வேண்டுமா?

5. லாபம் ஒன்றே குறியாய் கொண்டு நல்ல இலட்சியத்தை விட்டு விட்டார் வியாபாரம் செய்பவர்.

6. சாதி இரண்டு தான் ஒன்று ஆண்சாதி இன்னொன்று பெண்சாதி.

7. நல்லவரை காணவில்லை; அவர் நத்தைக்குள் முத்தாய் இருக்கிறாரோ?

8. கூடு விட்டு ஆவி போனால் உன்னுடன் வருவது உன் பாவமும் புண்ணியமும்.

9. உடல் அழிந்தாலும் ஆன்மாவிற்கு அழிவில்லை; மாய வாழ்க்கை வாழ்பவருக்கு இது தெரிய வழியில்லை.

10. பிறவி என்னும் பிணி நீங்கி வாழ்ந்திடுக.

11. கடவுளின் காலடி சேர்ந்து உன் பாவ புண்ணிய கடன் கணக்கை முடித்துக் கொள்.

12. இறப்பின் இரகசியம் தெரியாதவர் ஆயிரம் புத்தகம் படித்து என்ன பயன்?

13. கற்பூர வாசனை உப்பு பட்டால் போய்விடும்;தேங்காயில் ஊரவைத்த சாதம் கெட்டுவிடும்.அதைப் போல நல்லவர், தீயவர் நட்பால் கெட்டு விடுவார்.

14. ஆவி போன பிறகு கல்லறையை ஏன் வணங்க வேண்டும்?

15. சொல்வதை நடைமுறை வாழ்க்கையில் கடைபிடிக்காமல் வெறும் பிரசங்கம் செய்து என்ன பயன்?

16. மலை உச்சி அடைந்தவன் கீழே உள்ள கோட்டை கொத்தளங்களை பற்றிக் கவலை படமாட்டான்; அதைப் போல கடவுளை உணர்ந்தவன் காமம், கோபம், குரோதங்களைக் கடந்தவனாவான்.

17. முதலும் முடிவும் வடிவும் இல்லாதவனே கடவுள். அவன் தூணிலும் இருப்பான், துரும்பிலும் இருப்பான்.

18. கடவுள் வேறு நாம் வேறல்ல .கடவுளின் அங்கம் தான் நாம்.

19. முதலும் முடிவும் வடிவம் இல்லாதவன்கடவுள். இதனை அறியாமல் பேசுவது கடைக்கால் இல்லாமல் வீடு கட்டுவதைப்போலே.

20. மதுவை நோக்கி குடிகாரர்கள் ஓடுவார். சத்துள்ள தயிரை உண்ணமாட்டார். ஆன்மீக

அறிவை விட்டு உடல் இச்சை தேடுபவரே அதிகம்.

21. தன்னை உணர்ந்தவனே ஞானி. அவன் உடல் மேல் இச்சை கொள்ள மாட்டான்.

22. உண்மை எப்போதும் கசக்கும்!

23. குரங்கை தலைவனாக்கி அதற்கு குரங்குகள் அடிமையானது போல, மானிடரே... குரங்கை போன்ற அரசனுக்கு ஏன் கும்பிடு போடுகின்றீர்கள்?

24. மிருகங்களின் தோலாலான வாத்தியங்கள் இசைதரும். ஆனால் கல்லாலான கடவுள் உருவங்கள் பேசாது!

25. அறிவு வழியால் ஒன்றே கடவுளை அடைய முடியும். பலனை எதிர்பார்த்து செய்யப்படுகின்ற சடங்குகளால் கடவுளை அடைய முடியாது.

26. தன்னை வென்ற யோகிக்கு எதிரிகள் இல்லை. அமைதியான யோகிக்கு உறக்கம் தேவை இல்லை. கடவுளின் உணவை புசித்தவற்கு பசியும் இல்லை.

27. மண், பெண், பொன் மூன்றையும் சுற்றி வருவது மனிதனுக்குத் தீமை விளைவிக்கும்.

28. இனிப்பும் பாலும் பாம்பிற்கு கொடுத்தாலும் அது கக்குவது விஷமே. அது எக்காரணத்தை கொண்டும் அமிர்தம் ஆகாது.

29. ஒற்றுமை இல்லாத கணவனும் மனைவியும் அவர்களைப் படைத்த பிரம்மனுக்கு இழுக்கு உண்டாக்குவார்கள்.

30. ஊமை, குருடன், செவிடு ஆகிய மூவரும் சேர்ந்து வாழ்ந்தால் சண்டை இல்லை. சண்டை இல்லாத வீடு கடவுளின் வீடு.

31. அமிர்தம் அருந்துபவர்கள் இங்கு காணவில்லை.

32. குற்றம் இல்லாதவர்கள் என்று இங்கு யாருமே இல்லை.

33. விலை அதிகமான கற்கள், அறிவு என்ற அரிதான மாணிக்கம் எல்லோருக்கும் எளிதில் கிடைக்காது.

34. அநீதியாக சம்பாதித்த சொத்து வீட்டில் தங்காது.

35. உயர்ந்த சாதி தாழ்ந்த சாதி என்று எதுவும் இல்லை. எல்லோரும் ஒரே சாதி, அதுதான் மனித சாதி.

36. கடவுளைக் கண்டவர் யார்? அறிய ஞானிகளே.

37. மானம் காக்க ஆடை அணிகிறோம். பிறப்பிலும் இறப்பிலும் அந்த ஆடை எங்கே போனது?

38. பிரம்மா, விஷ்ணு, சிவனை அழகு படுத்துபவர்கள் சரஸ்வதி, லட்சுமி, பார்வதி.

39. காமத்தை அடக்கினாலே கடவுள் மீது கவனம் செலுத்த முடியும்.

40. கடவுள் எல்லாரிடத்திலும் இருக்கும் போது தீண்டத்தகாதவர் என்று நாம் சிலரை ஏன் சொல்ல வேண்டும்?

41. நம் கடவுள்தான் பெரியவன் என்று தத்துவம் பேசி சண்டை, சச்சரவு செய்பவர் கடவுள் ஒன்றே என்று அறிந்திருக்கவில்லை.

42. உடல் அழியும் ஆன்மாவிற்கு அழிவில்லை.

43. ஒருவன் விருப்பு வெறுப்புக்கு அப்பாற்பட்டு வாழ்ந்தால் அதுவே ஞானம்.

44. பொன்னும், பொருளும், மானைவியும், மக்களும் எப்போதும் நிரந்தரம் என்று நினைப்பது முட்டாள்தனம்.

45. கடவுள் எங்கும் எதிலும் இருக்கிறார் ஆனால் மனிதன் அவரை ஊர் ஊராக கோவில் கோவிலாக தேடி அலைகின்றான்.

46. தன்னுடைய பட்டம் பதவி சாதி பற்றி தற்பெருமை கொள்பவர்கள் அதிகம் இங்கே! தற்பெருமை இல்லாதவர்களை காண்பது அரிது.

47. காய் கனியாகி சுவை தருவதைப் போலே, மனிதன் முதுமை காலத்தில் சுய விசாரணை மூலமாக இனிமை தரவேண்டும்.

48. ஒருவனுக்கு சொந்த நிலம் இருக்கையிலே பிறருடைய அறுவடை நிலத்தை ஏன் நாட வேண்டும்? மனைவி இருக்கையிலே விலை மாதரிடம் ஏன் சென்று வியாதியைப் பெற வேண்டும்?

49. தானியம் மனிதனுக்கு உணவு! வைக்கோல் கால் நடைகளுக்கு உணவு! இதை எல்லாவற்றையும் இந்த பூமி நமக்கு தருகிறது.

50. காக்கைக்கும் ஆந்தைக்கும் ஏன் இந்த வேறுபாடு? ஒவ்வொரு உயிரும் இடம், பொருள் அதன் வினையின்படி உருவாக்கப்பட்டிருக்கின்றது.

51. இறப்பிற்கு பிறகு நாம் அணிந்திருந்த அணிகலன்களுக்கு மனைவி மக்கள் சண்டை இடுவார்கள். அவைகள் திருடும் போகும்.

என்ன உலகம் இது? நன்றி நம்பிக்கை இல்லாத உலகம்!

52. பிறக்கும் போது தனிமையில் வந்தோம். இறக்கும் போதும் தனிமைதான்.உயிருடன் இருக்கையில் மனைவி மக்கள் உற்றார் உறவினருடன் உறவாடுவது வார சந்தையில் மக்கள் கூடி கலைவது போலே, உயிர் போனால் உறவுகளும் போய்விடும்!

53. கருத்தில்லாத கவிதையாலும், வாசனை இல்லாத பூவாலும், சொல் பேச்சு கேட்க்காத பிள்ளையாலும் என்ன பயன்?

54. நம் முழு கவனமும் அந்தத் தீயை அணைப்பதில் இருப்பது போலே, கடவுளை வழிபடும் போது முழு கவனமும் கடவுள் வழி பாட்டின் மேலே இருக்க வேண்டும்.

55. முயற்சி இல்லாத சாதாரண மனிதன் கடவுளைக் காண முடியாது.

56. வயது முதிர்ந்தவர் என்றால் அவர் சொல்லுக்கும் செயலுக்கும் வேறுபாடு இருக்கக் கூடாது.

57. இந்த மாய உலக எண்ணங்களை அறுத்து எறிந்தவருக்கு கடவுள் காட்சி கிடைக்கும்.

58. முழுவதாய் கற்று தெரிந்தவர் அலட்டிக் கொள்ள மாட்டார்; அறை குறையாய் தெரிந்தவரே தம்பட்டம் அடித்துக் கொள்வார்!

59. ஓம் கார ஓசையின் ஏற்ற இறக்கங்களைத் தெரிந்தவரே ஞானி.

60. மாயத்தை அறுத்து எறிந்தவருக்கு ஆனந்தம் கிடைக்கும் பயத்திலிருந்து பாதுகாப்பும் கிடைக்கும்.

61. கிருஷ்ணன் கையில் கிடைப்பது போலே லீலைகள் செய்தாலும் நினைத்த மாத்திரத்தில் அகப்படுவாரா? மர உச்சியில் இருக்கும் பறவையைத்தான் பிடிக்க முடியுமா?

62. சீடன் குருவின் உபதேசத்தை கடைபிடித்து மாயத்தை வெற்றி கொண்டு, பக்தி, ஞானம், வைராக்கியம் மூலமாக கடவுளை அடைய தேடலாம். அப்படிப்பட்டவரை யாரிடமும் ஒப்பிட முடியாது.

63. கடவுள் நம்மிடம் இருக்கையிலே கூடையில் வைத்திருக்கும் பல விதமான கீரைகளைப் போல சிவன், விஷ்ணு, பிரம்மாவை வழி படுகின்றோம்.

64. வாயில் போட்ட வெல்லக் கட்டிகள் கரைந்து விடலாம் ஆனால் பற்கள் கரைவதில்லை. உலக இன்பங்கள் நிரந்தர மானது அல்ல; கடவுள் நிரந்தரமானவர்.

65. புண்ணியம் செய்தவருக்கு சொர்க்கம் கிடைக்கும். ஆனால் சொர்க்கத்தில் சுகம் அனுபவித்த பிறகு மீண்டும் பூமியில் வந்து பிறப்பார்.

66. சிங்கத்தினுடைய ஓவியத்தை வைத்து சிங்கம் என்று சொன்னால் ஆகிவிடுமா? அதேபோல கல்லை வைத்து வணங்கினால் கடவுள் ஆகிவிடுமா?

67. உடலே ஆலயம் என்றால், உள்ளமே தெய்வம் என்று வழிபடலாம்!

68. வெறும் கையை நீட்டினால் துண்டு துணி கிடைக்குமா? அதேபோல முயற்சி இல்லாமல் எதுவும் நடக்காது!

69. அறிவில்லாத பிள்ளைகளால் சுமையும் கடனும் வரும். அவர்கள் இருந்தாலும் இறந்தாலும் ஒன்றே.

70. பெற்றோர்கள் நம்மை வளர்த்த கடனை தீர்த்து விடலாம்.ஆனால் குருவின் கடனை யார் தீர்ப்பது?

71. தனக்கு மிஞ்சிதான் தானம். நாம் பசியில் இருக்கும் போது விருந்தினரை கவனிக்க முடியவில்லை என்றால் பரவாயில்லை

72. எச்சில் பட்டவை என்று எதையும் ஒதுக்க வேண்டாம். உலகத்தில் அனைத்தும் எச்சில் பட்டவையே!

73. தீண்டத்தகாத மலத்தையும் சிறுநீரையும் உடலில் வைத்துக் கொண்டு மற்றவரை தீண்டத்தகாதவர் என்று எப்படி சொல்ல முடியும்?

74. மனிதன் அறிய செயல்களை செய்திருக்கலாம். வெகு தூரம் பயணித்து இருக்கலாம்.ஆனால் பாவ செயல்களை சுமந்து செல்லக்கூடாது.

75. குழப்பத்திற்கும் சந்தேகத்திற்கும் இடையில் சூரிய நமஸ்காரம் எனப்படும் சந்தியா வந்தனம் செய்தால் பயன் இல்லை. மனதும் உடலும் ஒன்றிணைந்து செயல்பட வேண்டும்.

76. ஏழு அடுக்குகள் உள்ள ரதத்தின் மேலே ஏறி சூரியனிடமும் சந்திரனிடமும் இல்லாத பிரகாசத்தைப் பார்த்து பிறகு சமாதியில் இருந்து மெதுவாக விழிப்படைய வேண்டும்.

77. நம் கண் முன்னே சூரியன், சந்திரன், நட்சத்திரம் கடவுளாக காட்சி தரும்போது கல்லை ஏன் கடவுள் என்று வணங்க வேண்டும்?

78. பேச்சிலே நல்லவர்களைப் போல் நடித்து அதை செயல்களில் கடைபிடிக்க வில்லை!

79. அறிவுரையை ஏளனம் செய்யும் முட்டாள், பாலையும் கசப்பு என்று சொல்லுவான்!

80. ஒரு கண் சிமட்டலில் மைல் பயணம் செய்கிறதே இந்த மனது. இதனை இறக்கை இல்லாத பறவை என்பதா? கால் இல்லாத விலங்கு என்பதா?

81. மனதும் உடலும் ஒன்றாகத்தான் பிறந்தது என்றாலும், இந்த உலக இச்சையை தேடுவதற்காக வில்லனைப்போலே இந்த உடல் மனதை கை விட்டு விடுகின்றது. அப்படிப்பட்ட உடல் மீது இந்த உலகத்தவர் நம்பிக்கை வைத்துள்ளார்கள்!

82. பிராமணன் என்று சொல்லிக்கொண்டு இறைச்சியை சாப்பிடுகிறாரே, என்ன விந்தையான உலகம் இது!

83. பணம் இருப்பவரை இந்த உலகம் மதிக்கும். இல்லாதவரை மதிக்காது. அந்தப் பணம் நிரந்தரமாய் இருக்குமா?

84. வறுமையிலும் வளமையிலும் மனதை சமநிலையில் வைத்திருப்பவரே ஈஸ்வரனுக்கு ஒப்பானவர்.

85. தன்னை உணர்ந்தவனுக்கு அவன் உடல் அவனுக்கு பாரமில்லை!

86. விஷ்ணுவை வழிபடுபவரை விட சிவனை வழிபடுபவர்கள் வைராக்கியமும் அறிவும் உள்ளவர்கள். பாவங்கள் செய்யமாட்டார்.

87. அம்பை கூர் தீட்டி முழு சக்தியுடன் குறி பார்த்து அடிப்பவருக்கு வெற்றி கிடைக்கும்.

88. சின்ன கடனைத் தீர்ப்பவர் பெரிய கடனைத் தீர்த்து விடுவார்.

89. கொம்பு இருக்கின்ற மாடு வணக்கத்திற்குரியது. கொம்பில்லாத மாடு பார்ப்பதற்கு அழகாக இருக்காது. அது போலே, ஞானமும் பக்தியும் உள்ள மனிதர்கள் மதிக்கத்தக்கவர்கள்.

90. திறமையானவன் ஆடுகின்ற ஆட்டமும் பாடுகின்ற பாட்டும் பார்ப்பதற்கும், கேட்பதற்கும் நன்றாக இருக்கும்.

91. கணவன் பேச்சை கேட்காத மனைவி இருந்து என்ன பயன்? மூக்கு இல்லாமல் மூக்குத்தி வைத்து என்ன பயன்? இறந்த பிறகு பிணத்திற்கு ஏன் அலங்காரம்?

92. எந்த விதமான சூழ்நிலையிலும் தவறு செய்வதை தவிர்க்க வேண்டும்

93. மயிரானது உடம்பில் வேறு இடத்தில் இருப்பதை விட மீசையாய் இருக்கும் போது மரியாதை. அதுபோல் மனிதனுக்கு அவன் சேரும் கூட்டத்தை பொறுத்தே அவனுக்கு மரியாதை.

94. தியானமும், மூச்சுப் பயிற்சியும் செய்வதாலே தன்னை உணர முடியும்.

95. நஞ்சு உள்ள பூச்சி கடித்தவன் கடவுளுடைய அருள் இருந்தால் காப்பாற்றப் படுவான்!

96. எரிப்பதை விட புதைப்பதே நல்லது.

97. சுருட்டு, சாராயம், இறைச்சி வைத்து கடவுள் வழிப்பாடு செய்பவர்கள் காட்டு மிராண்டிகள்!

98. பொய்யும் புரட்டும் கலந்த இந்த பூமியிலே திருட்டு பூசாரிகள் கடவுளுக்கு பூஜை என்ற பெயரில் வாழ்கிறார்கள். கடவுள் வரம் கொடுத்தார் என்று சொல்கிறார்கள். நேரில் பார்த்தவர் யார்? நாதன் உள்ளே இருக்கையில் நட்ட கல்லும் பேசுமா?

99. ஊர் ஊராய் கோவில் கோவிலாய் செல்வதனாலே கடவுளை உணர முடியாது. கண் சிமிட்டலாலும் அது கிடைக்காது. கடவுளை உணரவில்லை என்றும் சோர்ந்து விடக் கூடாது.

100. நாம் வாழும் வீட்டை வர்ணம் பூசி மேஜை நாற்காலி என்று அலங்கரிப்பது போலே நாம் உயிர் வாழும் உடலை ஆடை நகை நட்டு பூட்டி அலங்காரம் செய்தாலும், எமன் அழைக்கும் போது நம் உயிர் உடலை விட்டுப் போகும்.

101. சம்சாரம் என்ற நீர் சூழலில் வாழ்ந்து, உடல் கடைசியில் அதிலிருந்து தப்பிக்கும். அதை உணர்ந்தவன் யோகி.

102. வீட்டிலே வெண்ணை, தயிர், பால் இருக்க கிருஷ்ணன் ஏன் வேறு வீட்டில் திருட வேண்டும். அது பகவான் கிருஷ்ணனுடைய லீலைகள்.

103. பூஜை விரதம் இவைகளை மேள தாளங்களோடு கொண்டாடுவது சரியா?

104. நாம் செய்த தீமைகளை, நல்ல செயல்களால் சரி செய்தால், நரகத்தில் மக்கள் இருக்க மாட்டார்கள்.

105. உண்ண உணவில்லை என்றாலும், உடுக்க உடையில்லை என்றாலும், தலைக்கு கூரையில்லை என்றாலும் இறை நம்பிக்கை வைத்தவருக்கு இறைவன் அருள் புரிவாரே.

106. மூச்சுப் பயிற்சி வித்தையை தெரிந்த குரு கிடைத்து விட்டால் உடலின் இரகசியம் தெரிந்து விடும்.

107. மூச்சினை உள்ளே இழுப்பது வெளியே விடுவது என்ற இரண்டு பீரங்கிகளை கொண்டு அசுத்தமான எண்ணங்களில் இருந்து மனம் என்னும் கோட்டையை விடுவிக்கலாம்.

108. உடலின் சுகத்திற்கு அடிமையானோம். அழிவில்லாதது ஆன்மா என்பதை மறந்து போனோம்.

109. காவி அணிந்தவன் எல்லாம் சாமியார் இல்லை. கிறுக்குபவர் எல்லாம் எழுத்தாளர் இல்லை. போதிப்பவர் எல்லாம் வேதாந்தி இல்லை. எனவே இந்த உலகில் உண்மையைக் காணவில்லை.

110. மது கஞ்சா இறைச்சி உண்பவர்களால் மனதை ஒருமுகப்படுத்த முடியாது .

111. புகை பிடிப்பது ஓரளவிற்கு ஒத்துக் கொள்ளலாம் என்றாலும், மது பழக்கம் அறவே கூடாது. மது பழக்கம் உள்ளவர்களுக்கு கவனம் நாளடைவில் குறையும்.

112. மது இறைச்சி உண்பவர்களால் மனதை ஒருமுகப்படுத்த முடியாது. அவர்கள் சமுதாயத்தில் மரியாதை இழப்பார்கள்.

113. பூமிக்கும் வானத்திற்கும் பத்துவிதமான ஓம்கார ஓசை. அதை கேட்டறிந்தவர் வெகு சிலரே.

114. முப்பது விதிகள் உள்ளன இந்த உலகத்தை பற்றி.

115. நாட்டு சாராயத்திற்கு சீடன் அடிமையானால் குரு போதனை எல்லாம் வீணாகிவிடும்.

116. மலைகளை விழுங்க கூடியவர்க்கு எதிரிகள் யாராகிலும் இருக்கின்றார்களா? பிரம்ம வித்தைக்கு முன்னால் எதுவும் இல்லை.

117. களிமண்ணால் ஆன வளையல்கள் ஒரு சுமங்கலிக்கு அடையாளம். விலை மதிப்பான அணிகலன்களை விட அதுவே சிறந்தது.

118. உலக இன்பங்களில் இருந்து அதன் வயப்பட்டு வாழ்பவன் ஆறறிவில்லாதவன்.

119. நமக்கு பின்னாலே நதி, முன்னாலே காடு. இதையெல்லாம் கடந்து செல்பவனே ஞானி.

120. விருப்பு வெறுப்புகளுக்கு அப்பாற்பட்டு வாழுங்கள் என்று சொன்னால் பைத்தியக்காரன் என்கிறார்கள்.

121. விருப்பு வெறுப்புகள் நீர் சுழி போலே. அதில் சிக்கிக் கொண்டவர்கள் என்னதான் படித்திருந்தாலும் தப்பிக்க முடியாது.

122. மாயையில் சிக்கி கொண்டவன் கடவுளைக் காண முடியாது.

123. மனம் என்ற அரசனின் கீழே ஐம்புலன்களும் வேலை ஆட்களைப்போலே இருக்கிறது. அந்த ஐம்புலன்களைக் கட்டுப்படுத்தவில்லை என்றால் மனதிற்கு சிரமம் ஏற்படும்.

124. ஐம்புலன்களும் நமக்கு எதிராக செயல் பட்டால் அவைகளை எதிரியாக பாவிக்க வேண்டும்.

125. உடல் இச்சையை வென்றால் காமன் காணாமல் போய்விடுவான்.

126. பெண்களிடம் வீட்டு நிர்வாகத்தை கொடுப்பது படகிலே நீரை நிரப்பிக் கொண்டு ஆற்றைக் கடப்பது போலே.

127. பசுவின் பால் தான் மனிதனுக்குப் பயன் தரும. நாயின் பால் யாருக்கும் பயன் தராது அதே போல் தான் கஞ்சனின் பணமும். கஞ்சனுடைய பணம் ஒரு விலைமாதரின் நஞ்சு போன்றது.

128. கடவுளுடைய பெருமையை பாடுபவர்கள் மௌனமாகி வாய் அடைத்து விடுவார். உண்மையான கருத்துப் பயிற்சி செய்பவரக்குப் புரியும்.

129. தத்துவங்களையும் ஆன்மீக அறிவையும் சொல்லாத புத்தகங்கள் புத்தகமா?

130. சூரியனும் சந்திரனும் கிரகணத்திற்கு தப்புவதில்லை.படைப்பின் அதிபதியான பிரம்மா கூட, தலை எழுத்திலிருந்து தப்ப முடியாது.

131. மனம் என்னும் திருடனை அடக்காவிட்டால், துன்பம் அதிகம் ஏற்படும். மரத்தை வெட்டி சாய்த்த பிறகு வேரும் காய்ந்துவிடும்.

132. இறந்தவர் எங்கு போனார்?அவருடைய பாவ புண்ணியத்திற்குத் தகுந்தபடி மறுபடியும் பூமியிலே பிறவி எடுப்பார்.

133. முந்நூறு அடியில் ரதம் செய்து, பட்டாடையில் அலங்கரித்த சிலைக்கு மாலை அணிவித்து, ஆயிரக்கணக்கான பக்தர்கள் தேரை இழுப்பது என்பது புனிதமான கடவுள் வழிபாடா?

134. உடன் தாய் தந்தையர் உறவினர் எல்லாம் ஒரு நாள் இவ்வுலகை விட்டுப் போவார்கள் எதுவும் நிரந்தம் இல்லை.

135. மூச்சுப் பயிற்ச செய்தவர் கடவுளை அடைவார்கள்.

136. எதிரிகளிடம் இருந்து கோட்டை ஆனது அரசனை காப்பாற்றவில்லை என்றால், அந்தக் கோட்டை இருந்து என்ன பயன்? தேவை படும்போது பணம் பயன் படவில்லை என்றால் அந்த பணத்தினால் என்ன பயன்? ஆபத்து காலத்தில் பணம் பயன்பட சேமிக்க வேண்டும்.

137. மனிதனாய் பிறப்பதே அரிது. அதற்காக மனதை அலையயவிட்டு விரும்புவதை எல்லாம் செய்யக் கூடாது.

138. பிறர் பொருள் மீது ஆசை கொள்வது ஆபத்து!

139. மூச்சும் பேச்சும் இல்லாத சிலைகளை வணங்கி என்ன பயன்?

140. ஆட்டம், பாட்டம், மேள தாளங்களுடன் சிலைகளை ஊர்வலமாக எடுத்துச் சென்று வழிபடுவது ஒரு வழிபாடா?

141. அர்ச்சனை என்ற பெயரிலே நெய்வேத்தியம், கற்பூரம், ஊதுவத்தி வைத்து பூஜை செய்தால் கடவுள் கண்ணுக்குக் காட்சி கொடுப்பாரா?

142. படைப்புக் கடவுளாகிய பிரம்மா, விஷ்ணு, சிவன் இவர்கள் அனைவருமே பெண் மோகத்தில் சிக்கியவர்கள்தானே!

143. வாலி, சுக்கிரீவன், பஞ்ச பாண்டவர்கள் அனைவருமே பெண் மோகத்தில் சிக்கியவர்கள்தானே!

144. சிலைகளுக்கு திருமணம் செய்து வைத்து பணத்தை வீணடிக்கும் நாம் ஏழைகள் திருமணத்திற்கு அதை பயன் படுத்தலாம்.

145. ஒழுக்கம், யோகா, தர்மம், கடவுள் பக்தி இருப்பவர்களுக்கு மறுபிறவி இல்லை !

146. மலடிக்கு குழந்தை வளர்ப்பது பற்றி என்ன தெரியும்? ஒரு அயோக்கியனுக்கு, யோக்கியனுடைய அருமை என்ன தெரியும்? பாவம் செய்தவனுக்கு, புண்ணியத்தைப் பற்றி என்ன தெரியும்?

147. ஒரு நாட்டின் குரு சரியில்லை என்றால் நாடும் மக்களும் சீரழிவார்கள்!

148. லஞ்சலாவண்யம் மேல் மட்டத்திலிருந்து கீழ் மட்டம் வரை வேரூன்றி இருக்கிறது.

149. ஒருவன் பூமியிலே அவனுடைய வேலை முடிந்த பின் இந்த உலகத்தை விட்டுப் போயவிட வேண்டும். வண்டி நிறைய பணம் கொடுத்தாலும், போன உயிர் திரும்ப வராது.

150. நேரம் வரும்போது இந்த உயிர் இந்த உடலையும் உற்றார் உறவினரையும் விட்டு விலக வேண்டும்!

151. தோலால் ஆன இந்த உடல் ஒரு கோட்டை என்றால் அதற்கு ஒன்பது கதவுகள். வைராக்கியம் விவேகம் கொண்டு தன்னை உணர்ந்தவன் அந்த கோட்டையின் உச்சிக்கே சென்றவன் ஆவான்.

152. மூச்சுப் பயிற்சி செய்தவர் கை கால்களிலிருந்து விடுதலை ஆனவர்!

153. உடம்பில் இவ்வளவு சூடு எங்கிருந்து வந்தது? மூச்சு எங்கிருந்து வந்தது? இதை அறிந்தவர்கள் ஞானிகள்.

154. எல்லோரும் பெண் என்பவளிடம்தானே பிறந்தார். இதில் என்ன உயர்ந்தவன் தாழ்ந்தவன் என்ற வேறுபாடு?

155. தூக்கு மேடையில் இருக்கும் போது கூட சாப்பாடு கேட்பது போலே நம் தகுதிக்கு மீறி புலன் இச்சை வேண்டுகிறோம்.

156. இரவு பகல் என்று சுழன்று கொண்டிருக்கும் சூரியனுக்குதான் தெரியும் மற்ற கிரகங்களின் தன்மை!

157. மேரு மலையின் நீளத்தையும் அகலத்தையும் உயரத்தையும் அளக்க முடியாது. சூரியன் உருவானால் அது முடியும்.

158. எல்லாம் தெரிந்த குரு என்று பீற்றிக் கொள்கிறானே, கடவுளுக்குத்தான் தெரியும் அவன் எப்படிப்பட்டவன் என்று?

159. மாதா, பிதா, குரு, தெய்வம் நம் வாழ்வில் மிக முக்கியமானவர்கள்.

160. விந்து கரு முட்டையை உடைத்து ஒன்பது மாதம் அசுத்தத்தில் இருந்து வெளி வருகிறதே இந்த உயிர்!

161. எங்கும் எதிலும் எல்லாவற்றிலும் இருப்பவனே கடவுள்.

162. பிரம்ம வித்தையை அறிந்தவர்கள் பிராமணர்கள்; அறியாதவர்கள் எல்லாம் பிராமணர் அல்லாதவர்கள்.

163. வேதத்தை முறையாக படிக்காதவர்கள் எல்லாம் பிராமணர்கள் என்று எப்படிச் சொல்ல முடியும்?

164. பிரம்மா படைப்பு தொழில், விஷ்ணு காத்தல் தொழில், சிவன் அழித்தல் தொழிலும் செய்பவர்கள்; ஒரே மூலத்திலிருந்து பிறந்தவர்கள். அதனால் அவர்கள் ஒருவருக்கொருவர் சகோதர உறவு முறை கொண்டவர்கள். அப்படி இருக்க பிரம்மனை விஷ்ணுவின் தொப்புளிலிருந்து பிறந்தவர் என்று எப்படிச் சொல்ல முடியும்?

165. விண்ணுக்கும் மண்ணுக்கும் ஓம்கார ஓசை பத்து விதமாய் ஒலிக்கிறது அதனை கேட்டறிந்தவர் அரியரே!

166. அழுக்குத் துணிகளை சுமக்கும் கழுதைக்குத் தெரியுமா சந்தன வாசனை? பன்றிக்குத் தெரியுமா ரோஜாவின் வாசனை?

167. பட்டாடை உடுத்தும் பத்தினி கூட கணவன் உடன் இருக்கையில் அம்மணமே!சூது ஆடுபவர், வேட்டை ஆடுபவர்கள் அருகில் குடியிருப்பவர்கள் அழிந்து விடுவார்கள்.

168. உறவுக்குக் காரணம் பெண்களே. சுத்தமான பெண் ஒரு வைரத்திற்கு ஒப்பானவள்.

169. புலன் இன்பத்தை நிரந்தரம் என்று கருதுபவர்கள் வாழ்வு, கடைசியில் இக்கட்டில் முடியும்.

170. அதிகம் பயன்படாத புத்தகம் படித்தவர்கள், படித்தவர்கள் என்று சொல்லி கொள்பவர் களைவிட, துணி துவைப்பவன் எவ்வளவோ மேல்.

171. முதலில் பிறந்தவன் கடைசியில் பிறந்தவனை திருத்த முடியவில்லை.

172. உண்மையைப் பேசுபவர்கள் யாருக்கும் பயப்படத் தேவை இல்லை.

173. ஓம்கார ஓசையை மிகவும் கவனத்துடன் கேட்டால் அந்த ஓசை வலுப்பெறும்.இந்த பிரணவ ஓசையில் எல்லாம் பிறந்தது. ஓசை இல்லாமல் பிராணன் இல்லை.

174. நேரம் வந்தால் எல்லாமும் தெரிந்து விடும் ஏன் இந்தப் பதட்டம்?

175. நன்றாக விளைந்திருந்தாலும், மனிதன் செயற்கையாக பஞ்சத்தை உருவாக்குவான். வறட்சி இருந்தாலும் பஞ்சம் உருவாகும்.

176. காரண காரியம் இல்லாமல் தர்க்கம் செய்பவன் அறிவில்லாதவன்.

177. ஊற்று நீரை நம்பி இருக்கும் கிணற்றில் எப்போதும் நீர் இருக்கும். மேகத்தை நம்பி இருக்கும் கிணற்றில் எப்போதும் நீர் இருக்குமா?

178. அகம்பாவத்தை அடக்கி புலன் இன்பத்தை கட்டுக்குள் கொண்டு வருபவனே யோகி.

179. உண்மையான வேதத்தை அறிந்தவன் காட்டுமிராண்டித்தனமான சடங்குகளுக்கும் விருப்பு வெறுப்புகளுக்கும் அப்பாற்பட்டவன்.

180. உடல் ரதம் என்றால் புலன் இன்பம் அச்சாணி ஆகிறது. மனது இன்பத்தை அனுபவித்து விட்டு ரதத்திலிருந்து வெளியேறுகிறது.

181. எவ்வளவு பெரிய பணக்காரனும் கடைசியில் கல்லறைக்குதான் செல்ல வேண்டும். ஆகையால் இருக்கும் போதே தானம் தர்மம் செய்ய வேண்டும். கருமி சேர்த்து வைத்த பணம் அவனுக்கு கடைசியில் பயன் படாமல் போய்விடும்.

182. பிராமணன் வைசியன் தன்னை உயர்ந்தவர்கள் என்று எண்ணிக் கொண்டு மற்றவர்களுடன் கலவாமல் ஒதுங்கி இருக்கிறார்கள்.

183. நல்லவன் கெட்டவனுடன் சேரும்போது, நல்லவனும் கெட்டவனாக ஆகிவிடுகின்றான்.

184. சாது மிரண்டால் காடு கொள்ளாது.

185. பனி மூட்டத்தால் மூடி இருக்கும் மேகம் மழை பெய்யாமல் இங்கும் அங்கும் அலையும்; பிறவி விட்டு பிறவி எடுக்கும்.

186. விருப்பு வெறுப்புள்ள மனம் மனிதனை, வெறி கொண்ட நாயைப் போலே எதிர்க்கும்.

187. ஒரு மனிதனிடம் பணம் இல்லை என்றால் அவனை மனைவியும் மக்களும் கூட மதிக்க மாட்டார்கள்!

188. மரத்தை வெட்டி கதவு ஜன்னல் செய்து மாளிகையில் ஒய்யாரமாக வாழ்பவனும் பாவம் செய்தவன் தான்!

189. எல்லோரும் எதோ ஒரு விதத்தில் பாவம் செய்கின்றோம்!

190. பிறப்பு என்பதே அசுத்தம் நிறைந்த முறை . பூஜை புனஸ்காரம் செய்யும் அந்தணன் எப்படி சுத்தமானவன் என்று சொல்ல முடியும்.

191. கண்களின் வாயிலாக பாவம் செய்கின்றோம். அந்தக் கண்ணை கட்டுப்படுத்த வேண்டும்.

192. நாராயணா என்று உச்சரிப்பதை விட நாராயிணி என்று உச்சரிப்பது நல்லது.

193. காலையில் கூடி மாலையில் கலையும் கிராமத்து சந்தை போலவும், காக்கை ஒன்றாக கூடி கலைவது போலே சொந்த பந்தம் கூடி பிறகு மறைவார்!

194. முழு கவனத்துடன் மனதைப் பயிற்றுவித்தால் கடவுள் சித்தி கிடைக்கும்.

195. மூச்சு என்பது தனி மனிதனுடைய சொத்தா? எமன் வரும் போது இழுத்து பிடிக்க! மூச்சு என்பது பணக்கட்டா? பெட்டியில் இட்டு பூட்டி வைக்க! மூச்சுக்கு சொந்தகாரன் கடவுள். கொடுத்தவனே எடுத்து கொள்வான்!

196. புண்ணியம் செய்தவன் தேவலோகம் சென்றாலும் அங்கு போய் இன்புற்றிருந்தால் மறுபடியும் மறு பிறவி எடுக்க நேரிடம்!

197. புண்ணிய ஆன்மா என்பவன் மறு பிறவி எடுக்காதவன்!

198. பேரின்பத்தை விட்டு சிற்றின்பத்தை தேடுகிறார்களே அறிவில்லாதவர்கள்!

199. ஒரு ஒளியின் மீது முழு கவனத்துடன் கவனத்தை செலுத்தும் போது இரு புருவங்களுக்கு இடையே ஒளி தோன்றும்!

200. மண், பொன், பெண் இதை மூன்றையும் விட்டவர்க்கு அறிவு கூர்மை இருக்கும்.

201. கடவுள் உருவமில்லாமல் மணமும், குணமும், வடிவமும் இல்லாமல் மறைந்திருக்கிறார்.

202. தன்னையே மறந்து யோக நிலையில் இருப்பவர், புறங்களை கவனிக்காமல் இருப்பவர், கடவுளுடன் கலந்து விடுவார்.

203. சமாதி நிலை அடைந்து விட்டால் மணம்,குணம்,வடிவம் எல்லாமே மறைந்து விடும்.

204. கடவுள் உயிராக உன்னுடன் இருக்கையிலே ஏன் கடவுளை வெளியில் தேடுகின்றாய்?

205. உயிருடன் பிறந்த இந்த உடல் இச்சையை தேடி அலைகிறது. மரணம் வரும்போது இந்த உடல் உயிரை விட்டு ஓடுகிறது. கடைசியில் கை விட்டு விடும் இந்த உடல் உயிரின் எதிரிதானே?

206. கடவுள் பால் என்றால் தயிர், வெண்ணை பாலில் இருந்து உருவாவது போலே இந்த உலகம் கடவுளிலிருந்து உருவாகிறதே!

207. இந்த உலகம் நீர், நெருப்பு, காற்றால் ஆனது.

208. புலன் இன்பத்தை விரும்புபவன் பத்து நாட்களுக்கு ஒரு முறை செத்துப் பிழைக்கிறான்.

209. கடவுளை நம்பி சரண் அடைந்தவர்களுக்கு மோட்சம் கிடைக்கும்.

210. தன்னடக்கம்தான் செல்வங்களில் சிறந்த செல்வம்!

211. ஊரே சூரையான பின் கோட்டை இருந்து என்ன பயன்? தர்மத்திற்கு பயன் படாத

பணம் இருந்து என்ன பயன்? கணவனுக்கு ஆன்மிகத்தில் ஒத்துழைக்காத மனைவி இருந்து என்ன பயன்?

212. யானை பெரிய உருவம் ஆனால் அதனால் வேகமாக ஓட முடியாது; செங்குத்தான மலை மீது ஏற முடியாது; தாண்டவும் முடியாது!

213. அறியாமையை போக்குகின்ற குருவின் முன்னாலே தலை வணங்குகிறேன்.ஞானிகள் முன்னாலே தலை வணங்குகிறேன்.கடவுளை பாடும் கவிஞர்கள் முன்னாலே தலை வணங்குகிறேன்!

214. உண்ண உணவும் குடிக்க தண்ணீரும் இல்லாதவனுக்கு பசியும் தாகமும் எப்படித் தீரும்?

215. அமிர்தம் அருந்தியவருக்கு பசி இல்லை.

216. பிரம்மச்சரியத்தை கண்டு பிடித்தவர் யோகசித்தி அடைவார். குடும்ப வாழ்வில் ஈடுபடுவோர்க்கு அந்த வலி தெரியாது!

217. மரத்தில் ரதம் செய்து கொடி ஏற்றி வண்ண ஆடையால் அலங்கரித்து கடவுள் சிலைகளை சிங்கம் குதிரை போன்ற பொம்மைகளில் உட்கார வைத்து ஊர் ஊராக போவது என்ன பைத்தியக்காரத்தனம்!

218. அலைபாயும் மனம் அங்கும் இங்கும் திரியும் நாயைப் போன்றது. நம் மனதை கட்டுக்குள் வைக்க வேண்டும்.

219. களி மண்ணால் சிலை செய்து அந்த சிலை பிரம்மாவுடைய தலை எழுத்தை மாற்றி விடுமா?

220. கற்சிலைகளை வழிபடுவதனால் என்ன பயன்? அந்த சிலைகளைவிட கைபிடி அரிசியே மேல்!

221. பலவிதமான கடவுள்களை போதிப்பது இந்து மதம். ஒரே கடவுளை போதிப்பது இஸ்லாமிய மதம்!

222. கடவுள் வாழ்த்து பாடுபவர் யோகி. அதன் பொருளை உணர்ந்து பாடுபவர் சிவயோகி.

223. வைராக்கிய மனம் உள்ளவருக்கு விஷத்தையும் அமிர்தம் ஆக்கும் வித்தை தெரியும்!

224. அறியாமையால் வழி தவறியவனுக்கு சிறந்த வழி காட்டுவது குருவின் கடமை.

225. பெரியவராக இருந்தாலும் வழி தவறிய மூன்று பேர் இந்திரன், சமுத்திரன், திருத்திராஷ்டிரன்!

226. இசைகளில் சிறந்தது மிருதங்க ஓசை. கல்விகளுக்கு எல்லாம் சிறந்தது நம்மை துக்கங்களில் இருந்து விடுவிக்கும் பிரம்ம வித்தை!

227. ஒரு துளியும் கருத்துக்கள் இல்லாதது கவிதைகளா? அரை வேக்காடுகளுக்கு கவிஞர் என்று அறை கூவல் விடுகிறார்களே!

228. உலக இன்பங்களை அனுபவிப்பதற்கு வழிபாடு எல்லாம் உண்மையான வழிபாடு அல்ல.

229. உடலே ஆலயம் என்றால், உள்ளமே தெய்வம் என்று வழிபடலாம்!

230. மலை உச்சியில் இருக்கின்ற பொக்கிஷத்தைப் போலே, நமது தலையிலே அரியதாக பொக்கிஷங்கள் இருக்கின்றன!

231. உயிர் கடவுளிடம் கலக்கும் போது யோகி விருப்பப்பட்டு ஆத்மா வெளியேறுகிறது.

232. யோக பயிற்சியில் இருப்பவர்கள் சாத்வீக உணவு, வாழைப்பழம், சோறு, நெய் இவைகளை உண்ண வேண்டும்!

கைவார தாத்தையாவின் கால கணிப்புகள்

பாடல் 1

அளவில் குறைந்த ஆயுதத்தை வைத்து வெள்ளையர்கள் நீதியும் நியாயமும் இல்லாமல் இந்த பூமியை ஆள்வார்கள். அவர்களுடைய அநீதியின் பாரத்தை தாங்க முடியாமல் பூமித்தாயவள் கடவுளிடம் சென்று முறையிடுவாள்.

வெள்ளையர்களுடைய அநீதியான ஆட்சியினாலே மக்கள் துன்பப்படுகிறார்கள். வெள்ளையர்கள் வருவதற்கு முன்னால் வேறு ஆட்சியாளர்கள் அளவில் அதிகமான வில் அம்பு கத்தி ஆகியவற்றை பயன்படுத்தி போர் செய்தார்கள்.

வெள்ளையர்கள் வெறும் கையளவான துப்பாக்கிகளை வைத்து அவர்களை ஆட்கொண்டு நீதியும் நியாயமும் இல்லாமல் பூமியை ஆண்டார்கள் என்பதை தாத்தையா இந்தப் பாடலிலே குறிப்பிடுகிறார்.

பாடல் 2

இனி வரும் காலங்களில் குரங்கு போன்று ஆட்சி செய்தவர்களுடைய நிர்வாகம் ஒழிந்து வடும்.

அவர்களுடைய இறுதிக்காலம் நெருங்கிவிட்டது. அவர்கள் இந்த நாட்டை விட்டே ஓடப்போகிறார்கள்.

இந்தப் பாடலிலும் தாத்தையா வெள்ளையர்கள் இந்த நாட்டை விட்டு சென்றுவிடுவார்கள். அவர்களுடைய நிர்வாகக் காலம் முடிந்துவிடும் என்பதை மறைமுகமாக குறிப்பிடுகிறார்.

பாடல் 3

வெள்ளையர்கள் அவர்களுக்குள்ளேயே சண்டையிட்டுக் கொண்டு அவர்கள் ஆள்கின்ற நகரங்கள் எல்லாமே அழிந்துவிடும். உண்மையிலே நாடு பிடிக்கும் ஆசையினாலே பிரஞ்சு போர்ச்சுக்கல் இங்கிலாந்து போன்ற நாடுகள் அவர்களுக்குள்ளேயே சண்டையிட்டுக் கொண்டு அவர்களுடைய நகரங்கள் முதலாம் உலகப் போரிலும் இரண்டாம் உலகப் போரிலும் அழிந்துவிடும். அவர்களுக்கு கீழே இருந்த நாடுகளுடைய மக்கள் அவர்களிடமிருந்து விடுபட்டு மகிழ்ச்சி அடைவார்கள் என்பதை மறைமுகமாக இந்தப் பாடலிலே குறிப்பிடுகிறார்.

பாடல் 4

புண்ணிய தலமான சிருங்கேரி காடுகள் சூழ்ந்த ஆரண்ய புரம் மறைமுகமாக சிருங்கேரி இங்கு குறிப்பிடப்படுகிறது.

வெள்ளையர்கள் மராட்டியர்கள் உதவி கொண்டு சிருங்கேரியை தாக்கினார்கள். அப்படி தாக்கியதால்

அவர்களுக்கு அழிவு காலம் வரும் என்பதை மறைமுகமாக இந்தப் பாடலிலே குறிப்பிடுகிறார் தாத்தையா.

பாடல் 5

இந்த வருடத்தினுடைய முடிவிலே மக்கள் சொல்லொணாத் துன்பத்தை அனுபவிப்பார்கள்.

உணவுப் பொருட்களுடைய விலைகள் அதிகமாக இருக்கும். வியாபாரிகளும் வணிகர்களும் ஏழையாகி விடுவார்கள் என்பதை குறிப்பிடுகிறார்.

பாடல் 6

உண்மையில் விளைச்சல் அதிகமாக இருந்தாலும் இடைத் தரகர்கள் பொருட்களை பதுக்கி வைப்பதனால் செயற்கையான பஞ்சம் உருவாகும்.

பாடல் 7

திருடர்களை ஆட்சி அதிகாரத்தில் விட்டால் அந்த நாடு அழிந்துவிடும். இப்போது திருடர்களுக்கும் கொள்ளையர்களுக்குந்தான் காலம்.

பாடல் 8

தன்னடக்கமும், கடவுள் பக்தியும் இல்லாதவர்கள் ஆட்சி செய்தால் அவர்கள் இந்த நாட்டிற்கு அழிவை உருவாக்குவார்கள். அவர்கள் உண்மை, நியாயம், தர்மம் ஆகியவற்றை எல்லாம் தூக்கி எறிந்து விட்டு, அகம்பாவம் கொண்டு ஆட்சி செய்வார்கள்.

கடவுள் பக்தியும், தன்னடக்கமும் ஆட்சி செய்பவர்களுக்கு கண்டிப்பாக இருக்க வேண்டும் என்பதை இந்த பாடலிலே குறிப்பிடுகிறார்.

பாடல் 9

இந்த நாட்டை பாவம் சூழும். இந்த நாட்டினுடைய நிர்வாகம் சுயநலம் கொண்டு காட்டிக் கொடுப்பவர்களால் ஆளப்படும். இந்த நாடு பேரழிவுக்கு ஆளாகும். இந்த மக்கள் சொல்லொணாத் துயரத்திற்கு உள்ளாவார்கள். கடவுள்தான் இந்த நாட்டை காப்பாற்ற வேண்டும்.

பாடல் 10

இந்த நாட்டை ஆள்பவன் குறுகிய மனப்பான்மையும், சுயகட்டுப்பாடு இல்லாமலும் நாட்டை ஆள்கிறான். இப்படியாக இந்த நாட்டை அழிவுப் பாதைக்கு அழைத்துச் செல்கிறான். அவனை இந்தக் கடவுள் அழிக்காமல் விட்டு விடுவாரா?

பாடல் 11

விவசாயிகளிடமிருந்து வசூலிக்கப்படுகின்ற வரிகள் அரசாங்கத்திற்கு நூறு சதவீதம் செல்வதில்லை. மூன்றில் ஒரு பகுதிதான் அரசாங்கத்திற்கு செல்கிறது. மீதியை கிராமத்து கணக்குப்பிள்ளைகள் சூறையாடி விடுகிறார்கள். இதை கண்டும் காணாமலும் பார்த்துக்கொண்டிருக்கிறான் அரசன்.

பாடல் 12

இந்த அரசன் தலையை இழந்துவிட்டானா? கொடுங்கோலான மனதைக்கொண்டு ஆட்சி செய்கின்றானே. பேரழிவை மக்களுக்கு உண்டாக்குகின்றானே. அந்த அரசனும் பேரழிவை நோக்கித்தான் செல்வான்.

பாடல் 13

ஒன்பது கிரகங்களும் இப்பேர்பட்ட அரசனை நோக்கி அவனை அழிப்பதற்காக நேரம் பார்த்துக் கொண்டிருக்கின்றன. நற்சக்தி தேவதைகள் எல்லாம் ஒன்றாக சேர்ந்து, துஷ்ட சக்திகளை ஒழிப்பதற்காக காத்துக் கொண்டிருக்கின்றன.

பாடல் 14

ஃநான் சொல்வது அனைத்தும், இடி முழக்கத்தை போல வெளிவருகின்றது. யார் விரும்பினாலும் விரும்பாவிட்டாலும் இவையெல்லாம் ஒரு நாள் நடக்கத்தான் போகிறது. கடவுளாலும் இதனை தடுக்க முடியாது. இந்த வெள்ளையர்கள் அவர்களுடைய சொந்த நாட்டிற்கு போகத்தான் போகிறார்கள்.

பாடல் 15

இப்படிப்பட்ட கால ஞானங்கள் அனைத்தையும் நான் சொல்லவில்லை. கடவுளுடைய அருளால் சொல்கின்றேன். இது என்றும் பலிக்கவில்லை

என்றால் அந்த பொறுப்புகள் எல்லாம், அந்த பழி எல்லாம் கடவுளுக்கே சென்று சேரும்.

மேல் குறிப்பிட்ட பதினைந்து பாடல்களிலே குறிப்பிடப்பட்ட காலஞானம், எதிர்காலத்தை பற்றிய குறிப்பு நடக்கத்தான் போகிறது. கரையான்கள் ஈரமான வேர்களைக் கொண்ட மரத்தை அழிப்பதைப் போல, புதிய விதமான சிந்தனைகள் தோன்றி கெட்ட செயல்களை எல்லாம் ஒரு காலத்தில் அழிக்கத்தான் போகிறது.

பிரசாந்த நாராயண பதயமுலு

வானத்தில் தேவதைகளுக்கும் ஒழுக்கம் உள்ள அந்தணார்களுக்கும், கவிஞர்களுக்கும் யோகிகளுக்கும் சிவனுக்கும் பார்வதிக்கும் எனது முதல் வணக்கம்.

பாடல் 1

பாம்பால் அலங்கரிக்க பட்டவனே! அழித்தல் சக்தியை கொண்டவனே! புனிதமான சாம்பலை பூசி கொண்டிருப்பவனே உனக்கு நான் தலை வணங்குகிறேன். நீதான் காலத்தின் கடவுள் காலத்திற்கு முதலும் இல்லை முடிவும் இல்லை. உன்னுடைய அருளை கொண்டு முன் காலத்தை சொல்ல முனைகிறேன்

பாடல் 2

இனி வருங்காலாத்திலே ஆண்கள் ஒழுக்கத்தை விட்டு பெண்கள் பின்னாலே அளைவார்கள். இடைதரகர்கள் இனிவாரும் காலங்களில் அரச போகம் அனுபவிப்பார்கள்.

பாடல் 3

இனி வரும் காலங்களில் கீழ் குறிபிட்டவர்கள் அதிகாரம் படைத்தவர்களாக இருப்பார்கள்.

அரசனுக்கு சிகை அலங்காரம் செய்பவன், கிராமத்து தலைவனுடைய மனைவி,அரசனுடைய படுக்கு அறையை சுத்தம் செய்பவன், பணக்காரனுக்கு ஆடை அலங்காரம் செய்பவன்.

பாடல் 4

இனிவரும் காலத்தில் கீழ்கண்டவைகளுக்கு அரசாங்கம் வரி போடும். மேய்ச்சல் நிலம்,களிமண், மணல் துணி துவைப்பவன்,சாராயம் விர்ப்பவர், கால் நடை தீவனும்,மலர் கொடுக்கும் செடி,பழம் கொடுக்கும் மரம், எண்ணெய் செக்கு, ஒழுக்கும் இல்லாத பெண்.

பாடல் 5

வைணவ மதத்தை அறிந்தவர்கள் அதிகம்பேர் இல்லை. இஸ்லாமிய மதமும் மூடிவைக்கப்பட்ட இரகசியமாகவே இருக்கின்றது. குழந்தைகளுக்கும் தெரியும் சிவனைப் பற்றி, சிவ மதத்தைப் பற்றி.

பிராமணர்களாக பிறந்து விட்டால் மட்டும் அவர்கள் பரப்பிரம்மனைப் பற்றி தெரிந்து கொள்ள முடியுமா? யாரொருவர் விவேகமும் வைராக்கியமும் கொண்டு சாத்துவ, ராஜச, தாமஸ ஆகிய மூன்று குணங்களுக்கு அப்பாற்பட்டு இருக்கின்றார்களோ, அவர்கள் கொண்ட குறிக்கோளில் சிரத்தையாக இருக்கின்றார்களோ அவர்களே மகா யோகிகள்.

பாடல் 6

திருமணமான பெண்கள், கணவனுடன் கைகோர்த்து கடைசி வரை திருமணமான பெண்கள், கணவனுடன் கைகோர்த்து கடைசி வரை இருப்பேன் என்று வாக்குறுதி கொடுத்தவள், பிற்காலத்தில் கணவனுக்கு உண்மையாக இருக்க மாட்டாள்.

பெண்களிலே ஐம்பது சதவீதம் பெண்கள் உண்மையான மனைவிகளே அல்ல. மீதி பேரில் மூன்றில் ஒரு பங்கு பிற ஆடவர்களுடைய அழகை மறைமுகமாக ரசிப்பார்கள். மீதி பெண்கள் விலை மாதராக ஆகிவிடுவார்கள். லட்சத்தில் ஒரு பெண் மட்டும் பதிவிரதையாக, தர்ம பத்தினியாக, சுத்தமாக இருப்பாள்.

இனிவரும் காலங்களிலே வீட்டுக்குள் அடைந்து கிடக்கும் பண்மையான பழக்கவழக்கத்தை விட்டுவிட்டு, ஆணுக்கு நிகராகப் பெண்ணும் பணி செய்ய வேண்டிய காலம் வருவதனால், பழைமைகளை தூக்கி எறிந்துவிட்டு அவர்கள் புதுமைப் பெண்ணாக இருக்க வேண்டிய கட்டாயம் இருக்கிறது என்பதை மறைமுகமாக இந்தப் பாடலிலே தாத்தையா குறிப்பிடுகின்றார்.

பாடல் 7

என் மூலமாக கடவுள் இந்த கால ஞானத்தை உலகுக்கு அறிவிக்கிறார். இனி வரும் நூறு ஆண்டுகளிலே, மழை அளவு குறைந்து விடும். ஒவ்வொரு மாதமாக மழை அளவு குறைந்து விட்டு அதனாலே பஞ்சமும்

பட்டினியும் தலை விரித்தாடும். கிராமங்கள் குறைந்துவிடும். ஒரு கிராமத்திற்கும் இன்னொரு கிராமத்துக்கும் உள்ள இடைவெளி பன்னிரண்டு மைல்கள் ஆகிவிடும்.

பாடல் 8

பஞ்சமி தினத்தில் நிலவுக்கு பின்புறத்திலே வடக்கு திசையின் எதிர்புறத்தில் வெளிச்சமான ஒரு நட்சத்திரம் உருவாகும். அதை பார்த்து மக்கள் ஆச்சரியப்படுவார்கள். நல்லவர்களுக்கு தான் தெரியும் அது இனி வரும் காலங்களில் நடக்கப்போகும் அறிகுறிகளும் கால ஞானத்திற்கும் சாட்சியாக அந்த நட்சத்திரம் விளங்கப் போகிறது என்று.

பாடல் 9

இக்கட்டான காலகட்டத்தில் ஆந்தைகள் பயமில்லாமல் கூட்டம் கூட்டமாக இரவில் அங்குமிங்கும் அலையும். வீட்டின் கூரைகள் மேல் வித்தியாசமான முறையில் ஆந்தை அலறும். பால் கொடுக்கக் கூடிய பசு மாடுகள் கேள்விப்படாத வியாதிகளால் கஷ்டப்படும்.

தலைகள் வீங்கியும் பசுவின் நீர் பூமியை ஈரமாக்கும்

சகோதரர்கள் தாய் தந்தையர் குழந்தைகள் ஒருவருக்கொருவர் அன்பும் ஆதரவும் இல்லாமல் இருப்பார்கள். அவர்களுக்குள்ளாகவே சண்டையிட்டுக் கொள்வார்கள். உண்மையிலேயே கடவுள் பக்தி உள்ள

ஒரு மனிதனுக்கு தான் இப்படிப்பட்ட, பின்னாலே வரப்போகின்ற பஞ்சமும் பட்டினியும் இப்படி நடக்கின்ற நிகழ்வுகள் அறிகுறி என்பது படித்தவனுக்கு மட்டும் நன்றாக புரியும்.

சிற்றரசர்கள் ஆண்ட பல ஊர்களை ஒன்றாக இணைத்து ஒருவரின் ஆட்சியின் கீழ் கொண்டு வந்து மொழிவாரி மாநிலங்களாக மாறப்போகும் காலம் வரும்.

பாடல் 10

இடிமுழக்க ஓசையிலும், நில அதிர்விலும் நடுங்கி பிள்ளையை கையில் பிடித்துக்கொண்டு உயிருக்கு பயந்து வீடு இடிந்து கூரை மேலே விழுந்து விடுமென பயந்து வெளியே வந்து விடுகிறார்கள்.

பாடல் 11

இந்த அதிர்வினால் காட்டிலுள்ள மிருகங்கள் கூட பகையை மறந்து திக்கு தெரியாமல் செய்வதறியாமல் திகைத்து ஒன்றையொன்று பார்த்து கொண்டு நிற்கும். நீர்நிலைகள் வற்றிவிடும்.

பாடல் 12

பல அரசர்கள் வாழ்ந்த காலத்தில் புழங்கிய வெவ்வேறு நாணயங்கள் வியாபார பரிவர்த்தனைக்கு இருக்கும் சிக்கல்கள் நீங்க அனைவரும் ஏற்று கொள்ள கூடிய நாணயங்கள் வரும்.

பாடல் 13

விளைச்சல் அமோகமாக இருக்கும். நாடு சுபிட்சமாக இருக்கும். அதனால் புரோகிதர்கள் சடங்குகளால் வரும் பணத்தை நம்பி வாழமாட்டார்கள்.

பாடல் 14

லஞ்ச லாவண்யங்கள் இருக்காது. அதிகாரிகள் நேர்மையான வழியில் வாழ்வார்கள். அரசனுக்கு

நம்பிக்கையான மந்திரி மாறுவேடத்தில் இரவு நேரத்தில் நகர்வலம் வந்து அரசருக்கு செய்திகளை சொல்லுவார்.

பாடல் 15

சிற்றரசர்கள் ஆண்ட பல ஊர்களை ஒன்றாக இணைத்து ஒருவரின் ஆட்சியின் கீழ் கொண்டு வந்து மொழிவாரி மாநிலங்களாக மாறப்போகும் காலம் வரும்.

பாடல் 16

தானியங்கள் களைஞ்சியங்களில் சேர்த்து வைப்பார்கள். வீதி தோறும் திருமண மண்டபங்கள் இருக்கும் கலைஞர்கள், கவிஞர்கள், சமயவள்ளுனர்களை சபற்றுடையவர்கள், போர்வீரர்கள், பல்துறையை சார்ந்த சேவகர்களை அரசாங்கம் கௌரவிக்கும்.

பாடல் 17

பருத்தி துணி மற்றும் நகைகளுக்கு வரி கொடுக்க வேண்டி வரும். வெற்றிலை பாக்கு மற்றும் எண்ணெய்,

உப்பு அனைத்திற்கும் வரிகள் உண்டு. குதிரை பேரம் என்பது வாங்குவதும் விற்பதும் என வரிகளுக்குட்பட்டு அமைய வேண்டிய சூழ்நிலை உருவாகும்.

புதிதாக அறுவடை செய்யப்படும் தானியங்களுக்கு வரியிலிருந்து விலக்கு அளிக்கப்பட்டது. கைத்தறி நெசவாளர்கள் ஒவ்வொரு மாதமும் பணமாக வரி செலுத்துவார்கள்.

வரி வசூலிக்க நியமிக்கப்பட்ட அதிகாரிகள் அல்லது ஆட்கள், பணமாக மட்டுமே வரிகளை வசூலிப்பர். பண்டமாற்றாக பொருளை வசூலிக்க அவர்களுக்கு அனுமதி இல்லை. மாற்றாக, விற்பனைக்கு உள்ள பொருட்களை மொத்தமாக வாங்கும் வணிகர் அப்பொருட்களுக்கான வரிகளை வசூலித்து அரசாங்க கருவூலத்தில் செலுத்துவார்.

எதிர்வரும் சாதகமான கால கட்டங்களில், பண மற்றும் பண்டமாற்று பரிவர்த்தனைகள் இரண்டுமே நியாயமாகவும், நேர்மையாகவும் வசூலிக்கப்படும் என்று தீர்க்கதரிசி தாத்தையா அன்றே முன் மொழிந்து இருக்கிறார். மேலும் அவர், வரி விதிப்பு, வரி வசூலிக்கும் மற்றும் செலுத்தும் முறை இனி வரும் காலங்களில் ஒரு முழுமையான ஒழுங்குபடுத்தப்பட்ட அமைப்பாக இருக்கும் என்று முன்யோசனையுடன் முன்னமே தெரிவித்து இருந்தார்.

பாடல் 18

மன்னரின் படை பலம் 10,000 குதிரைப்படைகளைக் கொண்டிருக்கும். பீரங்கி படையில் 900 வலிமை

கொண்ட துணிச்சலான ஆண்கள் உண்டு. 30,000 வீரம் செறிந்த நேருக்கு நேர் போர் புரிவதில் வல்லமை கொண்ட மல்யுத்த வீரர்களும் உண்டு. திடீர் தாக்குதல் செய்ய திறன் கொண்ட 1,00,000 கர்நாடக வீரர்கள்.

பீரங்கி பயன்படுத்துவதில் நிபுணத்துவம் பெற்ற 2800 வீரர்கள் வாள், ஈட்டி, அரிவாள், பட்டாக்கத்தி போன்ற நாட்டுப்புற ஆயுதங்களைப் பயன்படுத்துவதில் திறன் கொண்ட 4000 காலாட்படை வீரர்கள்.

இவர்களுடன், தாரை தப்பட்டை முரசு போன்ற இசை கருவிகளை வாசிக்கும் இராணுவ இசைக்குழுவினர் 100 பேர்.

இத்தகைய நன்கு கட்டமைக்கப்பட்ட ஆயுதங்கள் ஏந்திய சிறப்பான படையை உடைய இந்த பேரரசர் தொலைதூரத்திலும் அருகாமையிலும் உள்ள இதர சாம்ராஜ்யங்களின் அரசர்கள் ணமனதில் எப்போதும் ஒரு கிலியோடு எப்போது தாக்குதல் நடக்குமோ என்ற கவலையோடு எதிர்பார்த்திருக்கும் நிலையிலேயே வைத்திருப்பார் என்று யோகி தம் நூலில் எழுதியுள்ளார்.

பாடல் 19

தனது சுற்றுப்பயணத்தின் போது பேரரசர் 5 வண்ண முகப்பு கொண்ட ஒரு ஆடம்பரமான அரச கூடாரத்தில் தான் தங்குவார். அவர் ஒரு ஊர்வலம் அல்லது அணிவகுப்பில் செல்லும்போது, அவரது ராஜா வருகையை சம்பிரதாயமாக அறிவிக்க ஆறு ஒளிரும் தங்கக் குவிமாடங்கள் அவரது வருகையை பிரகடனப்படுத்தும் குழுவினர் முன் எடுத்து செல்வர்.

அந்த ஊர்வலத்தில் அடுத்ததாக மாமன்னர் திரையிடப்பட்ட ஒரு பல்லக்கில் பவனி வருவார். பல்லக்கில், பேரரசரின் முகத்திற்கு பின்புறம் ஒளிரும் சூரியன் போன்ற அமைப்பும், அவருக்கு நேர் மேலே வெள்ளியினால் ஆன ஒரு பெரிய அசையும் கை விசிறியும் அமைக்கப்பட்டிருக்கும். அவரது அரண்மனையின் 4 பிரதான திசைகளை எதிர்கொள்ளும் வழிகளில் கோட்டையோடு பாதுகாப்பு அரண்கள் வலுவான பாதுகாப்பை உறுதி செய்யும்.

அவரது அரண்மனையின் வடக்கு மற்றும் தெற்கு வாயில்கள், இரவும் பகலும் 800 ஆயுதம் தாங்கிய காவலர்களால் பாதுகாக்கப்படுகிறது. மாமன்னர் எங்கு விஜயம் செய்து அரச கூடாரத்தில் முகாமிட்டு தங்கியிருந்தாலும், தந்தி வாத்தியங்கள், துளை வாத்தியங்கள், கொட்டு வாத்தியங்கள் கொண்டு இனிமையான இசையை தொடர்ந்து இராணுவ இசைக்குழுவினரால் வழங்கப்படும்.

அரச காவலர்கள், பாதுகாப்பு பணியில் இருக்கும் போது கூட இந்த இசை தொடர்ந்து ஒலித்துக்கொண்டே இருக்கும். அரசு முறை சுற்றுப்பயணத்தின் போது பேரரசர் எந்த ஒரு இடத்திலும் ஒரு நாளுக்கு மேல் தங்குவதில்லை.

அவரது பரந்த சாம்ராஜ்ஜியத்தை குறித்த விஷயங்களையும் மக்களை பற்றிய விபரங்களையும் நேரடியாக அறிந்து கொள்ள பேரரசர் இப்படி தொடர்ந்து நாடு முழுவதும் பயணம் மேற்கொள்கிறார்.

பாடல் 20

எளியோர், ஏழைகள் மற்றும் எந்தவித உதவியோ ஆதரவோ இல்லாதவர்கள் அனைவருக்கும் அவரவர்களின் உபநயனம் அல்லது திருமணம் சிறப்பாக நடத்தி வைக்கப்படும்.

எந்த ஒரு இந்து கோவிலோ, புனித ஸ்தலம் சேதமடைந்தாலோ அல்லது அழிக்கப்பட்டாலோ, அவை உடனடியாக புனரைமைக்கப்படும் அல்லது சிறந்த முறையில் ஆச்சார அனுஷ்டானங்களோடு, மீண்டும் நிர்மாணிக்கப்படும்.

இந்நாட்டின் மாமன்னர் அந்நாட்டு பெண்களின் முகத்தைப் பார்க்க மாட்டார் என்ற சபதம் மேற்கொண்டுள்ளதால், அவரது ஆட்சிக்கு உட்பட்ட பகுதிகளில் சுற்றுப்பயணங்கள் மேற்கொள்ளும் போது, நகரங்கள் அல்லது கிராமங்களுக்குள் அவரும் அவரது பரிவாரங்களும் நுழைவதில்லை.

சைவ கோவில்கள் தவிர, வைணவ விஷ்ணு கோவில்கள், அல்லாஹ்வை வணங்கும் மசூதி கூடங்கள் போன்ற புண்ணிய ஸ்தலங்களை பராமரிக்க அரச மானியத்தை தாராளமாக வழங்குவார்.

அரசரின் நிதி கொண்டு இயங்கும் பாரம்பரியமான பிரார்த்தனை ஸ்தலங்களில் வழிபாடுகள் நடத்தப்படுவது கவனிக்கப்பட்டு மேம்படுத்தப்படும். இந்த செல்வுகளுக்கான நிதி ஆதாரத்தை திரட்ட, அவரது ஆட்சிக்கு உட்பட்ட நிலப்பரப்பில் உள்ள

இயற்கை வளங்கள் வருவாய் ஈட்டவும் அரச கருவூலத்தின் நிதி நிலையை மேம்படுத்தவும் பயன்படுகின்றன.

மாமன்னர் நல்லவராகவும், தாராள மனம் கொண்ட தெய்வீக சிந்தனை உடையவராகவும் சகிப்புத்தன்மையுடனும் நல்ல ஞானமும் கொண்டு நல்லொழுக்கத்துடன் தீர்க்கதரிசனமாக தர்ம சாம்ராஜ்யத்தை ஆட்சி புரிவார் என்று தாத்தையா தீர்க்கதரிசனத்துடன் குறிப்பிடுகிறார்.

பாடல் 21

இந்த தூய மற்றும் பக்தி மார்க்கமாக ஆட்சி செய்யும் மாமன்னரின் ஆட்சியில், ராணுவம் மற்றும் பாதுகாப்புப் பணிகளில் பெண்களை நியமிப்பது இல்லை. ஆயுதப் படைகள் முழுக்க முழுக்க துணிச்சலான மற்றும் வீரம் மிக்க போராளிகளால் நிர்வகிக்கப்படுகிறது.

இந்த மன்னரின் ஆட்சியில், வேற்றுமையில் ஒற்றுமையை வலியுறுத்தும் வகையில் வகுப்புவாத மற்றும் வர்க்கம் சார்ந்த போராட்டங்கள் அறவே இல்லாத சிறப்புண்டு,

ஒழுக்கமான ஆட்சிக்கு பெயர் போன மன்னரின் ஆட்சியில் மதுபானங்கள், மயக்கத்தைத் தூண்டும் போதை வஸ்துக்கள், செடிகளில் இருந்து தயாரிக்கப்படும் ஹெராயின் போன்ற லாஹிரி பொருட்கள், வெள்ளை தூள் அல்லது நீர் வடிவில் உள்ள

சட்ட விரோத எல்.எஸ்.டி போதை பொருட்களுக்கு அனுமதி இல்லை.

அனைத்து சமூகத்தினரும் சகோதரி - சகோதரர்கள் போல பரிபூரணமான நட்புறவும் புரிந்துணர்வும் கொண்டு வாழ்வதை உறுதி செய்கிறது இம்மன்னரின் ஆட்சிக்காலம். அங்கு, கால்நடை செல்வம் பெருமளவில் பெருகி, குடிநீர் போல மக்கள் தங்கள் அன்றாடத் தேவைகளுக்கு பால், தயிர், நெய் ஆகியவற்றைப் தாராளமாக பயன்படுத்தும் சூழல் உறுதி செய்யப்பட்டுள்ளது.

அரிசி, பருப்பு போன்ற மளிகை பொருட்கள் விற்பனை செய்யும் வணிகர்கள் அழுக்கு, கற்கள், தூசி நீக்கிய சுத்தமான பொருட்களை விற்பனை செய்ய வேண்டும் என்ற செயல்முறை நடப்பில் உள்ளது.

ராணுவத்தில் பணிபுரிபவர்களுக்காக பிரத்தியேகமாக 10 நாட்களுக்கு ஒரு முறை அவர்களது குடிமை பொருட்களின் ஒதுக்கீடு உடனுக்குடன் வழங்கப்படும். இதனால், மக்கள் அனைவரிடமும் ஏராளமான செழிப்பு, மகிழ்ச்சி மற்றும் மனநிறைவு இருப்பதை இந்த மன்னரின் ஆட்சியில் காண இயலும்.

பாடல் 22

கோதானம், பூதானம் முதலான பதினாறு மஹாதனங்களைச் செய்து போதுமான புண்ணியத்தைப் பெற்றவனும், மிகவும் பக்தியும், தூய்மையும், தர்மமுமான வாழ்க்கை வாழ்ந்தவனும்

கூட ஆத்ம யோகானந்தத்தை பெறுவது மிகவும் கடினம் என்பது திண்ணம்.

பிறப்பிலிருந்தே பிரம்மச்சரியத்தை தனது மதரீதியாக கடைப்பிடித்த பலருக்கு கூட ஆத்ம யோகானந்தத்தை பெற்றிட இயலாது என்பது உண்மை.- அதே போல, சாஸ்திரத்தில் விதித்தபடி பூஜைகள் செய்வதில் தன் வாழ்நாள் முழுவதையும் அர்ப்பணிப்பவருக்கும், ஆத்மயோகானந்தம் அவ்வளவு எளிதானது அல்ல என்பதை நாம் புரிந்து கொள்ளுதல் இங்கு அவசியமாகிறது.

திருப்பதி போன்ற 108 புனித தல யாத்திரை செய்து நம்பிக்கையுடனும் பக்தியுடனும் ஷேத்ராடங்களுக்கு செல்வதும்ஆத்ம யோகானந்தத்தை பெறாது என்பது தான் நிதர்சனம். ஆனால், இங்கு குறிப்பிடப்பட்ட பேரரசர், பிரம்ம வித்யாவின் நிபுணத்துவ அறிவை கொண்ட ஒரு சிறந்த குருவாக இருப்பார் என்பது உறுதி.

அவர் நல்ல பல விஷயங்களை கற்றுணர்ந்து மிகவும் பரிணாம வளர்ச்சியடைந்த ஆன்மாவாகவும், விஞ்ஞான அறிவியல் கற்றலில் நிபுணத்துவம் பெற்று உறுதியான மனம் கொண்ட சக்தி மிகுந்த ஆட்சியாளராக நிச்சயம் இருப்பார்.

பாடல் 23

பலப்பல சிறப்புகளை கொண்ட இந்த மாமன்னரின் தினசரி வழக்கம் பொதுவாக பின்வருமாறு இருப்பதுண்டு:

அதிகாலையில், மாமன்னர் தனது அரசாட்சி சம்பந்தப்பட்ட நிர்வாக விஷயங்களில் முழுமையாக ஈடுபடுவார். இரண்டாம் ஜாமத்தில், ஆத்ம பூஜையில் தன்னை அர்ப்பணித்துக் கொள்கிறார்.

அப்போது,

உடல் நலத்திற்கான மூச்சுப்பயிற்சியான பிராணாயாமம் செய்வதற்காக, மூச்சை உள்ளிழுத்தல் (பூரகம்), மூச்சை வெளியேற்றுதல் (ரேசகம்) மற்றும் மூச்சை அடக்குதல் (கும்பகம்) என்ற பயிற்சிகளில் மன்னர் ஈடுபடுவார். ஸ்னானம் செய்யவும் உணவருந்தவும் சிறிது நேரம் மெய்மறந்த உணர்வான சமாதி நிலையில் இருக்கவும் அவர் மற்றொரு ஜாமத்தை ஒதுக்குகிறார்.

சூரிய அஸ்தமனத்திற்குப் பிறகு, வீரபட்டா நாயக்கர் என்று அழைக்கப்படும் ஆயுதப் படைகளின் தளபதிகளை சந்தித்து நாட்டின் பாதுகாப்பு பற்றி முழு தகவல்களை பெற்று பின்பற்ற வேண்டிய வழிமுறைகளை குறித்து ஆலோசிக்க மன்னர் ஒரு ஜாமத்தை செலவிடுகிறார். அவர்கள், கையில் எரியும் தீப்பந்தங்களுடன் மன்னருக்கு வணக்கம் செலுத்த வருகின்றனர்.

6 வது ஜாமத்தில் மன்னர் தனது ராஜ்யத்தில் இருந்தும் அண்டை நாடுகளில் இருந்தும் கவிஞர்களையும் பிற இலக்கியவாதிகளையும் பெற்று, தனது நலனுக்காகவும் அவர்களின் மேம்பாட்டிற்காகவும்

இலக்கிய அமைப்பின் நுணுக்கமான விஷயங்களை அறிந்து அவர்களிடம் விவாதிப்பார்.

7வது ஜாமத்தில் தனது அமைச்சர்களிடமிருந்து அறிக்கைகள், குடிமக்களிடமிருந்து முறையீடுகள் போன்றவற்றைப் பெறுவதற்காக ஒதுக்கி அதற்கான தீர்வுகளை வழங்குகிறார்.

8வது மற்றும் கடைசி ஜாமத்தில் ஜாமம் மன்னர் தனது மனைவியுடன் ஓய்வு மற்றும் பொழுதுபோக்கிற்காக தனது அறைக்குள் சென்று விடுகிறார்.

இப்படியாக, தனது நேரத்தை மன்னர் நாட்டு மக்களுக்கான பணியை செவ்வனே செய்திட நன்றாக திட்டமிட்டு செயல்படுத்தி நாட்டை நல்ல முறையில் ஆண்டு வந்தார்.

பாடல் 24

மேற்குறிப்பிட்டுள்ள செறிந்த பார்வையுடன் கூடிய மாமன்னர், ஐந்து முழம் உயரத்துடன், நல்ல நிறமும் நிறமும், அழகும், வசீகரமும் கொண்டவராக விளங்கினார்.

அவரது நாசியின் வடிவம் மலர்ந்த செண்பக பூவை நேர்த்தியாக ஒத்திருந்தது.

அவரது அடர்ந்த மீசை முகத்திற்கு ஏற்ப அகன்று கம்பீரம் தந்தது. கூர்ந்து கேட்கும் செவி நன்கு நிமிர்ந்து இருப்பது அவருக்கு மேலும் சிறப்பை தந்தது.

விரிவான புஜங்களும் அகன்ற மார்பும், முழங்கால் வரை நேர்த்தியாக நீண்டு இருக்கும் கைகளும் அரசருக்கு ஒரு மிடுக்கை கொடுத்தது.

அவரது நெற்றியில் உள்ள மூன்று இணை கோடுகள் சிவனின் சித்தம், அறிவு மற்றும் செயலாக்கம் கொண்ட மும்மடங்கு சக்தியை த்ரிபுன்தர திலகத்தை குறிக்கிறது.

அந்த நெற்றி முழுவதும் படரும் மூன்று வரிகள், இயற்கையாகவே அவரது உள்ளார்ந்த கண்ணியத்தை மேம்படுத்துகின்றன.

இத்தகைய சிறப்புக்கள் கொண்ட இந்த பரம புருஷனுக்கு, பரகாய பிரவேசம் எனும் மற்றொருவரின் உடலில் நுழையும் விஞ்ஞானத்தை அறிந்திருந்தார் என்பதும் அவரது உயர் நிலையை மஹா ஆத்மா என்று அழைக்கும் மேம்பட்ட தகுதியை தந்துள்ளது.

இத்தனை நிபுணத்துவம் கொண்ட இந்த ஆசீர்வதிக்கப்பட்ட மாமன்னர் ஆன்மீக ரீதியில் சாதனை புரிந்த ஒரு தீரானாகவும் பரிமளிக்கிறார்.

இப்படிப்பட்ட சிறப்புக்கள் கொண்ட இந்த அரசர், அவரது நாட்டில் ஒரு பரவச நன்னிலை கொண்ட சூழலில் அவரது பரந்த ராஜ்ஜியத்தின் ஒரு சிறந்த ஆட்சியாளராக இருப்பார் என்பது உறுதி.

பாடல் 25

இவ்வாறு தனது செழுமையும், பக்தியும், முற்போக்கு ராஜ்ஜிய ஆட்சி செய்து வந்த மாமன்னர், தனக்கு

சுயபரிசோதனை மற்றும் பகுப்பாய்வுக்கான நேரம் வரும்போது, ஒரு சிறந்த நாடாளும் ஆட்சியாளர் போல எதிர்கால நடவடிக்கையைப் பற்றி கூர்ந்து சிந்திக்கிறார் - ஆலோசிக்கிறார் - நடைமுறை படுத்துகிறார்.

தனது எளிமையின் வெளிப்பாடாக, மன்னர் தன் மனசாட்சியோடு இயைந்து சத்தமாகவும் தெளிவாகவும் தனக்குத்தானே மனமுருக சொல்லிக்கொள்கிறார்.

"இந்த இன்பமும் ஆறுதலும் எனக்கு போதும். மனைவி மற்றும் குழந்தைகளுடன் எனதிந்த வாழ்க்கை போதும். இந்த ராஜ பதவி மற்றும் நிர்வாக மேலாண்மை எனக்கு போதும். இந்த 36 ஆண்டுகள் முழுமையாக அனுபவித்த இந்த செல்வமும் பொக்கிஷமும் போதும். 12 வருடங்களுக்கு ஒரு முறையாக, மக்களின் பேராதரவுடன் மும்முறை அரியணை ஏறிய இந்த அதிகார சாதுரியம் போதும்.

இப்படியாக மக்களுக்கான பொறுப்பில் முழுமையாக மூழ்கியிருந்த நான் என் வாழ்வின் உண்மையான நோக்கத்தையும் ஏனோ முற்றிலும் மறந்துவிட்டேன். சுய மறுப்பைப் பயிற்சி செய்து மரணத்தை மனமுவந்து வரவேற்க தயாராகவேண்டும். எனது மானசீக குருவின் மந்திரோபதேசத்தை உடனடியாக நினைவு கூர்ந்து செயல்படுத்த வேண்டும்.

நான் எங்கிருந்து வந்தேனோ அந்த தெய்வீக பேரின்ப நிலைக்கு நான் திரும்ப வேண்டிய நேரம் இது. இப்படியெல்லாம் எண்ணிய மாமன்னர் முக்தியை நாடுவது என்று தீர்மானித்து உடலை துறக்கிறார்.

மன்னர் அவர்தம் உடலை விட்டு புறப்படும் அத்தருணத்தில், ஹிந்துக்களின் புனித பறவையான கருடன் (மகா விஷ்ணுவின் வாகனமான வெண்ணிற மார்பு பகுதி கொண்ட கழுகு) திடுமென தோன்றிட, கூடு விட்டுக் கூடு பாயும் யுக்தி மூலம் ஆசிர்வதிக்கப்பட்ட மாமன்னர், கருடனின் உடலுக்குள் விருட்டென்று நுழைந்து, மகா விஷ்ணு வாசம் செய்யும் புனிதமான ஸ்ரீவைகுண்டத்தை நோக்கி வானத்தில் சிறகடித்துச் சென்றார், பறவை போல.

பாடல் 26

மிகச் சிறிய எண்ணிக்கையிலான சில பிரத்தியேக மக்களால் மட்டுமே சூக்ஷமமாக புரிந்து கொள்ளப்பட்ட அறிவை முழுமையாக உள்வாங்கியவர்களுக்கு எனது முதற்கண் வணக்கங்களைத் தெரிவித்துக் கொள்கிறேன்.

அனைத்து சாஸ்திரங்களையும் ஆழ்ந்து, ஆழ்ந்து ஆய்வு செய்து, அந்த உன்னத ஆத்மதத்வத்தை உணர்ந்து, அதன் உண்மையான மகிழ்ச்சியை உணர்ந்தவர்களுக்கும், ஆழ்ந்த அறிவின் சாரத்தை உள்வாங்கியவர்களுக்கும் எனது பணிவான வணக்கங்களைத் தெரிவித்துக் கொள்கிறேன்.

காமம், க்ரோதம் போன்றவற்றிலிருந்து முற்றிலும் விடுபட்டு, உயர்ந்த பேரின்பத்தை அடைந்த தூய்மையான இதயம் கொண்டவர்களுக்கும், ஓம்காரப் பிரணவத்தின் நுட்பத்தில் நிபுணத்துவம் பெற்ற,

ஓம்காரத்தின் 10 விதமான குறிப்புகளைக் கேட்கும் திறன் கொண்ட சாதகர்களுக்கும், தூக்கமும் விழிப்பும் அற்ற துரிய நிலையில் பர பிரம்மத்தை உணர்ந்து சாதகத்தின் உச்சத்தை அடைந்தவர்களையும் நான் சாஷ்டாங்கமாய் நமஸ்காரம் செய்கிறேன்.

இந்த பிரம்ம ஞானிகளுக்கு எனது வணக்கங்களைச் செலுத்திய பிறகு, கடவுளின் மகிமையைப் பாடும் புகழ்பெற்ற கவிஞர்களுக்கும், பிரம்மத்தின் இருப்பை அனுபவப்பூர்வமாக நேரடியாக உணர்ந்த இந்த புனித பயணத்தில் தொடர்புடைய அனைவருக்கும் நான் தலை வணங்குகிறேன்.

இந்த யாத்திரையில் பங்காளிகளாக இருக்கும் அனைத்து மனிதர்களுக்கும், இறுதியாக, இவ்வுலகத்தின் அனைத்து நிகழ்வுகள் மற்றும் செயல்பாடுகளுக்கு தலைமை தாங்கி வழிநடத்தும் மேன்மைபெற்ற சகலமுமான இறைவனுக்கு மீண்டும் மீண்டும் எனது வணக்கங்களைச் சமர்ப்பிக்கிறேன்.

இத்துடன், காலஜ்ஞான சூக்ஷ்ம பீமலிங்க சாதகம் இனிதே நிறைவுபெறுகிறது!

9 798896 322313